Lumiliko ba ang mga Ulap?

*Isang Buong Tula sa Dalisay na Paglalakbay
ng Katutubong Dukha*

Jon Jun F. Ignacio

Ukiyoto Publishing

All global publishing rights are held by

Ukiyoto Publishing

Published in 2022

Content Copyright © Jon Jun F. Ignacio

ISBN 9789356453609

*All rights reserved.
No part of this publication may be reproduced, transmitted, or stored in a retrieval system, in any form by any means, electronic, mechanical, photocopying, recording or otherwise, without the prior permission of the publisher.*

The moral rights of the authors have been asserted.

This is a work of fiction. Names, characters, businesses, places, events, locales, and incidents are either the products of the author's imagination or used in a fictitious manner. Any resemblance to actual persons, living or dead, or actual events is purely coincidental.

This book is sold subject to the condition that it shall not by way of trade or otherwise, be lent, resold, hired out or otherwise circulated, without the publisher's prior consent, in any form of binding or cover other than that in which it is published.

Dedikasyon

Ang tulang ito ay inihandog sa mga katutubo ng Pilipinas at sa lahat ng taong patuloy na nakararanas ng suliranin at diskriminasyon sa buhay. Sa Diyos ang kaluwalhatian!

Nilalaman

Introduksyon
Hitik sa Liwanag
Supilin ang Banta
Daplis ng Isip
Saping Nayari
Galak sa Busilak
Huling Agimat
Nalunok ng Teynga
Biyaya ng Sansinukob
Kinang ng Paayap
May-akda

Introduksyon

Nakasanayang paniwalaan na ang mga mayayaman ang dapat tumulong sa mga kapos-palad. Ngunit sa tulang ito, babaguhin ang makalumang konsepto upang ipaalala na wala sa kulay ng balat at tibay ng bulsa ang pagtulong sa kapwa.

Ang "Lumiliko ba ang mga Ulap?" ay isang tula patungkol sa kuwento ng isang katutubong dukha na naglakbay para mapunan ng sagot ang mga katanungan ng nagkukumahog na puso't isip.

Bibitaw ang katutubo ng mga salitang mag-iiwan ng kahanga-hangang haraya upang maipalaganap ang makabuluhang aral ng kabutihan.

Hitik sa Liwanag

Habang nakaapak ang kalahating dako ng talampakan

Sinasambit ng mainit na hanging nagngangalit

Ang bulong na pulido't may pagkalinga

Sa sandaling tumutunog ang mga agilang matatayog

Tila lumalakbay ang mga matang nakaupo

Dito sa maitim na bukirin ng Alaporo

Siguro'y nagkulang sa buwanang hilik

O hindi kaya naman sa tuwirang pamamahinga ng utak

Bumubungad ang kindat ng mga humahalakhak na tinik

Kulang na lang sa binti't mananakit

Paumanhi'y makintab ang ugat sa puso

Daig pa nito, mga alyansa ninyong itinaguyod

Maaaninag ko ang biglaang paggalaw sa kalayuan

Hitik sa liwanag ang kulay ng balat

Nakakubli sa bahay-bahayang matikas

Pinagtagping makunat ang sumisintas

Supilin ang Banta

Likod ko'y parang lindol sa nginig
Tanging diwa ang labanan sa nakaambang digmaan
Lupigin ang kagutuman sa bayang marilag
Supilin ang banta ng luha sa mga hukay
Dala ang supot na may magkabilang pintuan
Dambuhalang lukso na nga lang ay bubukas ang durungawan
Sa payak na piitan ng kasuklam-suklam na lakas
Mabibiyak ang pulot malilinang ang kaginhawaan
Bumihis ang mga pawis sa salubong ng pangkat
Heto na't gigising ang hibla sa mga supot
Malulumbay sa sulok ng kalagayan
Iyo'y sapagkat hindi sapat
Tuluyang nabuyagyag ang nasaing na butil
Mapuputi't nababad sa maligamgam na tubig
Pero naluto itong tuyo't nag-uulap
Sasayaw-sayaw sa bugso ng ihip

Daplis ng Isip

Mga usok na nagtanan sa malambot na bulak
Tingnan sa tuktok ng mga nagtataasang lambak
Hayaan mo sana magkunwari sa daplis ng isip
Doon manananghalian ang mapupungay na talahib
Nakalambitin sa mga sanga na nakahimlay
Tupiin man ng langit wala silang alam
Kahit ituro man ang gawing panulat
Aabutin ng taon bago nila masaulo
Ang ibon kaya'y minsan na ritong dumapo?
Sa alok na pagbubuhol ng mga sistema
Sa pagpapalit ng damit na makaluma
Sa batya ng salaping makakalimutin
Halika Maraya! Magnguya ka ng mga butil
Ubod sa puri ang mga ngipin mong magara
Ulap ang saksi sa maligayang araw
Titilaok ang mga tandang sa tiya'y nakatira
Masdan ang mga ulap na nalalaglag
Ang anyo'y may nakatayo at naghahabulan
Iikot pa ilang beses bago maglampungan
Aatras at mababasag sa bagsik ng hangin

Saping Nayari

Walang katatasan mag-isip, maglakbay
Kahit saan dalhin lilipad, aanurin
Puksain man ng pating na duling
Ngatngatin man ng uwak na bahaghari
Noong nasagi ang alaala sa pagkalimot
Dali-daling kinapkap ang inihaw na bangus
Inalay sa mga katutubong kanina pa nakatambad
Munti lang at pinag-agawan
Nagmula sa lawang may pagkaberde
Pinagpipiyestahan ng mga lumot
Inihaw at mga butil ng kaning malagkit
Dahon ang kalasag ng mga saping niyari

Galak sa Busilak

May pagbati sa nalikom na taka't kayarian
Napaparito para ibaling ang galak sa busilak
Pagsaluhan ninyo ang handog ng Panginoon
Anong silbi ng aking kabuluha'y kahit pa dukha
Umiinog sa aking palad ang diin ng hinaharap
Gamit ang maliit na sisidlan sa loob ng kahon
Binilang ko ang mga punlang makahoy

Pumipintig na ang lupang mabubungkal
Buhat, bagsak sa lupa ang matalim na pambutas
Gawa sa anahaw ang pumupulot na lubid
Ang talas sa dulo'y ikiniskis na siit
Pinag-isa ko nang sa gayo'y manaig
Nalimas ang naghihiyawang mga punla
Namahinga bahagya sa mababaw na kaibuturan
Magdarasal ng taimtim sa piging ng mga ulap
Upang makaindak na naman sa pagtatangis

Huling Agimat

Hawak ko ang huling agimat ng pagpapala
Ang lipunang ugat na pinagmulan
Sa yungib ng mga matatamlay na halaman
Hinablot ko ang mapipinong buhangin
Iwinasiwas ko ang dahong napupudpod
Nangudngod sa luwad ang mga punla
Tagumpay! Lilipas ang araw ng pagsisingil
Masusuklian ko ang utang ng kalikasan
Sinisibak ang ulap sa bahaging kanluran
Panaghoy ang inumin sa lupaing salat

Aambon at luluha mamumuo ang mga ugat
Kagubatan, magbubunyi sa punlang mailalantad
Pagbagsak sa matigas na bato ng mga butil
Nahahati sa mga pirasong parang talsik
Matutuyo't sisingaw at aalsa
Aanib sa mga marupok na ulap

Nalunok ng Teynga

Paano nga ba ang tunay na busilak?
Yaong nagpapanggap o mapagpanggap?
Yaong paatras na ulap, o patuloy ang ganap?
Yaong ulap na mananayaw o nagiging buhawi?
Yanigin mo ang mga ulap na nakasilip
Sukdulan ang paggalaw sa langit
Mga punlang mahimbing ang panaginip
Ipapalaganap ang sariwang hangin
Sa ngayo'y walang kaluluwa't buto pa lang
Subalit sa ulap na liliko man ay babagsak
Nasupil si Juan sa ugaling katamaran
Bibinyagan ang lahat ng masasakupan
Pabalik sa kubong aking kinalakhan
Nadulas ang kaliwang paa

Nalunok ng aking teynga ang laguktok
Mula sa butong nabitak
Gaano kaduwag ang buto'y
Dalisay din ang budhi
Aagos ang pulang likido
Sugat na napunit sa nangyari
O Bathala na may Likha ng mga ulap
Hiling ko'y magdiwang sila
Liliko at aatras pero walang pag-aayaw
Iiyak muli at huhugasan ang aking mga sugat

Biyaya ng Sansinukob
Pabayaan mo na akong dukha
Pagyamanin mo ang likas na saya
Mga katutubong nakagapos sa tanikala
Sa gutom, sa pawis, at kakapusan
Nakasakay ako sa pakpak ng mga pugo
Tatalon at bababa
Bababa at tatalon
Pabalik-balik na pagkakataon
Nag-iingat lang akong madagit

Ng mga hayop na may matatalas na tuktok
Kung mangako'y hindi nananalamin
Sa kasakima't kaitiman
Mabuti pa nga ang ulap
Lumilipad kahit walang pakpak
Saan man igala ng alapaap
Walang pagod na naglalakad
Sabayang pagbigkas ng mga palakang mang-aawit
Tutubing sumisilong sa nakayukong ulo ng gabi
Ibuhos mo pa ang malakristal na butil
Ulap na biyaya ng sansinukob

Kinang ng Paayap

Itulak mo pa ang iyong katoto
Magkasamang liliko't maninibugho
Hayag kung liliko't iikot
Maghahatian, magpapangkat, at magpapanday
Panibagong hugis kanyang malilikha
Kahit pa ang pinakamagulong uri
Kahit pa ang malapelikulang palabas
Liliko lang iyan at magpapakitang gilas
Kailangang tumayo't tumindig

Hahabi pa ng mga bayong
Na paglalagyan ng bayaba't asin
Iipon ng sapat na pilak para sa handog
Pilak na ang loob ay ginto
Dukha na busilak ang puso
Ulap na kayang lumiko
Punla'y nagpapausbong ng pamaypay
Ano pa ba ang butil, inihaw, at punla?
Sa nagtatahol na sikmura ng aking bayan
Pati na rin ang namamaos na Inang Kalikasan
Susulyap ang ulap, liliko't, ibubuhos ang ulan
O Bathala na may Likha ng mga ulap
Hiling ko'y magdiwang sila
Liliko at aatras pero walang pag-aayaw
Iiyak muli at huhugasan ang aking mga sugat
Kinang ng paayap sa sinag ng buwan
Bubuka't babati sa butil ng ulan
Iniirog na kita ulap, ulap, ulap
Ulap, ulap, ulap?
Palarin, palirin, paliparin
Lulundag, lilimbag, lalabag

Ulap, ulap, ulap, ulap
Mababagtas, mabibigtas, malalagas
O Bathala na may Likha ng mga ulap
Hiling ko'y magdiwang sila
Liliko at aatras pero walang pag-aayaw
Iiyak muli at huhugasan ang aking mga sugat

May-akda

Jon Jun F. Ignacio

Bata palang namulat na siya sa kakayahang pagguhit at pagsusulat. Ang kanyang karanasan sa pamamahayag ay nangungusap na ipalaganap ang mga tulang naghuhukay sa diwa't kabuluhan. Ito ang naging ugat para itulak niya ang sarili na talakayin ang kahiwagaan ng panulat. Katangi-tangi ang kanyang pangarap na mahubaran ang mga konseptong taliwas sa kanyang paniniwala. Gamit ang Wikang Filipino isinusulong niya ang kasanayang pangwika. Si Jon Jun F. Ignacio ay may kalikasan sa pagpapahayag at pagpapanday ng haraya. Ang kanyang adhikain ay dalhin sa alapaap ng katagumpayan ang bagong Pilipinas.

www.ingramcontent.com/pod-product-compliance
Lightning Source LLC
LaVergne TN
LVHW041603070526
838199LV00047B/2126